Tagalog

Paris ang Pilot

Marcy Schaaf

Parisa
the
Pilot
Marcy Schaaf

Panimula Maligayang pagdating sa nakasisiglang kuwento ng Parisa the Pilot! Ang kuwentong ito ay magdadala sa iyo sa isang paglalakbay mula sa mga pangarap ng isang batang babae patungo sa kalangitan na kanyang nasakop nang may determinasyon at tapang. Si Parisa, isang masigla at ambisyosong batang babae mula sa Gitnang Silangan, ay palaging nangangarap na lumipad nang mataas sa itaas ng mga ulap. Sa kabila ng sinabi na ang mga babae ay hindi maaaring maging piloto, hindi sumuko si Parisa sa kanyang pangarap.

Sa pamamagitan ng pagsusumikap, pagpupursige, at hindi matitinag na paniniwala sa kanyang sarili, hindi lamang nakamit ni Parisa ang kanyang pangarap kundi naging isang beacon din ng inspirasyon para sa mga babae saanman. Ang kwentong ito ay isang selebrasyon ng pagsira sa mga hadlang, pagtagumpayan ng mga stereotype, at pagpapatunay na may dedikasyon, anumang pangarap ay posible.

Samahan si Parisa sa kanyang hindi kapani-paniwalang pakikipagsapalaran mula sa pangangarap sa ilalim ng mga bituin hanggang sa pag-akyat sa kalangitan bilang isang bihasang piloto. Hayaang ipaalala sa iyo ng kanyang kuwento na walang pangarap na masyadong malaki at walang layunin ang hindi maabot. Magagawa ng mga batang babae ang anumang naisin nila—kabilang ang pagiging piloto!

Copy write @ 2024 Marcy Schaaf
"Parisa the Pilot"

Dedication

To Whitney Love,

Your unwavering determination and relentless pursuit of your dream have always been an inspiration to me and everyone around you. Watching you never forget your goal and finally take the brave step to start flight school at age 32 Fills my heart with immense pride.

This book is dedicated to you, Whitney, for reminding us all that dreams have no expiration date and that with hard work and persistence, anything is possible.

With all my love and pride,
Mom

Dedikasyon

Para kay Whitney Love,

Ang iyong hindi natitinag na determinasyon at walang humpay na paghahangad sa iyong pangarap ay palaging isang inspirasyon sa akin at sa lahat ng nakapaligid sa iyo. Ang panonood na hindi mo malilimutan ang iyong layunin at sa wakas ay gumawa ng matapang na hakbang upang simulan ang flight school sa edad na 32 Pinupuno ang aking puso ng napakalaking pagmamalaki.

Ang aklat na ito ay nakatuon sa iyo, Whitney, sa pagpapaalala sa aming lahat na ang mga pangarap ay walang petsa ng pag-expire at na sa pagsusumikap at pagtitiyaga, anumang bagay ay posible.

Sa buong pagmamahal at pagmamalaki ko, Nanay

In the Middle East lived a
girl named Parisa.
She had a big dream.

Sa Gitnang Silangan ay nanirahan ang isang batang babae na nagngangalang Parisa. Siya ay nagkaroon ng isang malaking panaginip.

Parisa
dreamed of being a pilot!

Pinangarap ni Parisa na maging piloto!

But people told Parisa
"Girls can't be pilots."
Parisa didn't believe them.

Ngunit sinabi ng mga tao kay Parisa "Ang mga batang babae ay hindi maaaring maging mga piloto." Hindi sila pinaniwalaan

She knew she could fly if she worked hard and never gave up.

Alam niyang kaya niyang
lumipad kung magsisikap
siya at hindi susuko.

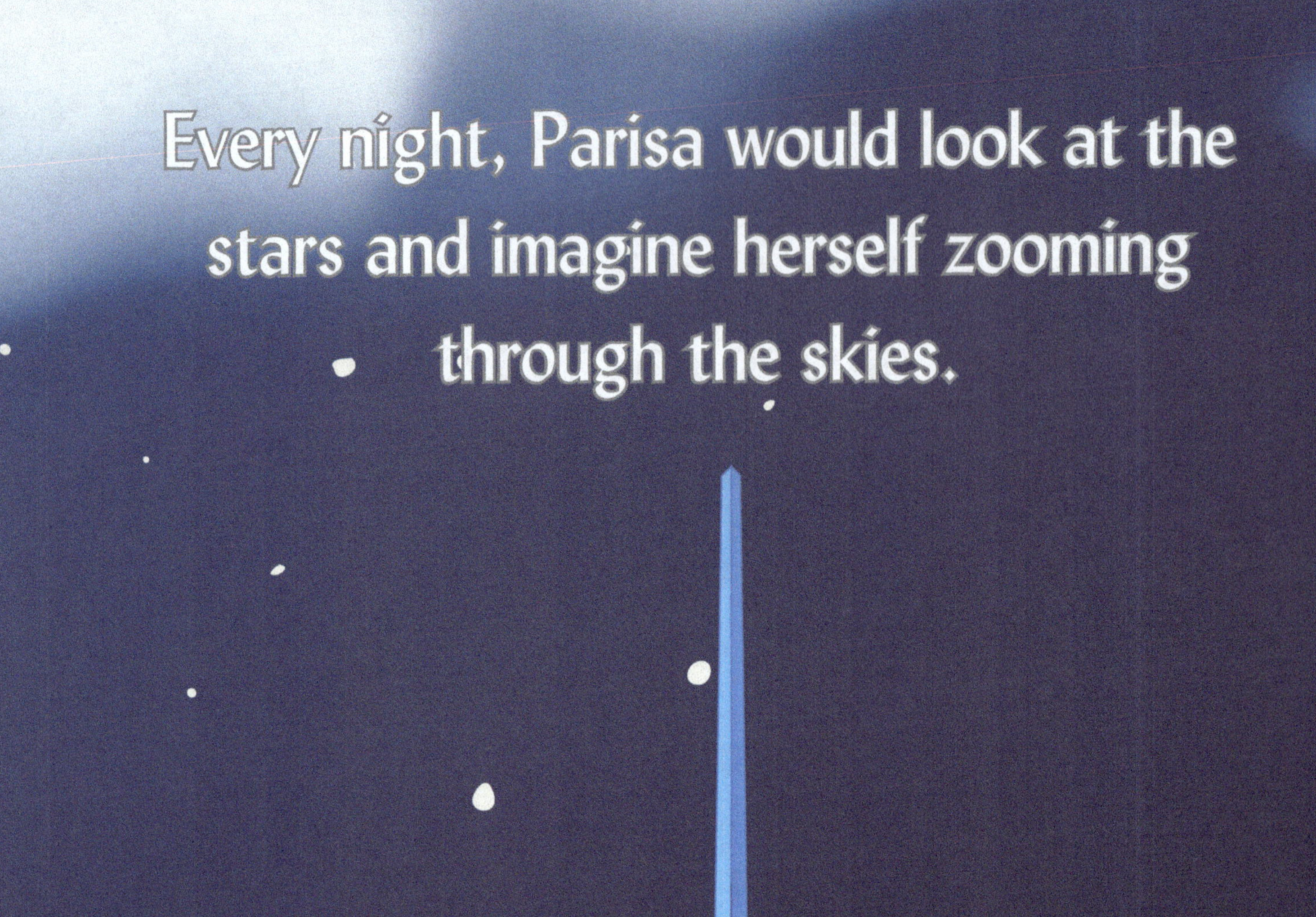

Every night, Parisa would look at the stars and imagine herself zooming through the skies.

Gabi-gabi, titingin si Parisa sa mga
bituin at iniisip ang sarili na nag-zoom
sa kalangitan.

"I will be a pilot!" she exclaimed, filled with determination.

"Magiging piloto ako!" bulalas niya, puno ng determinasyon.

Years went by but Parisa never forgot
her dream of flying.

Lumipas ang mga taon ngunit hindi nakalimutan
ni Parisa ang kanyang pangarap na lumipad.

At age 32, Parisa saw an ad for flight school. "PILOTS NEEDED" it said!

Sa edad na 32, nakakita si Parisa ng ad para sa flight school. "PILOTS NEEDED" sabi nito!

Parisa researched the requirements for becoming a pilot

Sinaliksik ni Parisa ang mga kinakailangan para sa pagiging piloto

She applied to flight schools, determined
to follow her dream.

Nag-apply siya sa mga flight school, determinadong sundin ang kanyang pangarap.

Parisa was accepted into flight school!
She was thrilled.

Tinanggap si Parisa sa flight school!
Natuwa siya.

Parisa learned about maps, control panels, and communicating with the tower.

Natutunan ni Parisa ang tungkol sa mga mapa, control panel, at pakikipag-ugnayan sa tore.

She practiced flying, ensuring she was
ready for every situation.

Nagsanay siya sa paglipad, tinitiyak na handa siya sa bawat sitwasyon.

Parisa studied weather patterns, safety protocols, and emergency procedures.

Pinag-aralan ni Parisa ang mga pattern ng panahon, mga protocol sa kaligtasan, at mga pamamaraang pang-emergency.

She met the tough training
requirements, working day and night.

Natugunan niya ang mahihirap na kinakailangan sa pagsasanay, nagtatrabaho araw at gabi.

Finally, Parisa graduated from flight school, achieving a major milestone.

Sa wakas, nagtapos si Parisa sa flight school, na nakamit ang isang pangunahing milestone.

It was time for Parisa's first commercial flight with passengers.

Oras na para sa unang commercial flight ng Parisa kasama ang mga pasahero.

She performed pre-flight inspections,
checking every part of the plane.

Nagsagawa siya ng mga inspeksyon bago ang paglipad, sinusuri ang bawat bahagi ng eroplano.

She greeted passengers, ensuring everyone was comfortable and safe.

Binati niya ang mga pasahero, tinitiyak
na komportable at ligtas ang lahat.

"Welcome aboard!" she announced confidently.

"Maligayang pagdating sakay!"
confident niyang anunsyo.

She made announcements before takeoff, explaining the flight details.

Gumawa siya ng mga anunsyo bago lumipad, ipinaliwanag ang mga detalye ng flight.

In-flight, Parisa made announcements
about altitude and destination.

Sa paglipad, nag-anunsyo si Parisa tungkol
sa altitude at destinasyon.

She reassured passengers, ensuring a smooth and enjoyable flight.

Tiniyak niya ang mga pasahero, tinitiyak ang maayos at kasiya-siyang paglipad.

Before landing, Parisa made final announcements, preparing everyone.

Bago lumapag, gumawa si Parisa ng mga huling anunsyo, inihanda ang lahat.

She skillfully landed the plane, taxiing
to the gate with confidence.

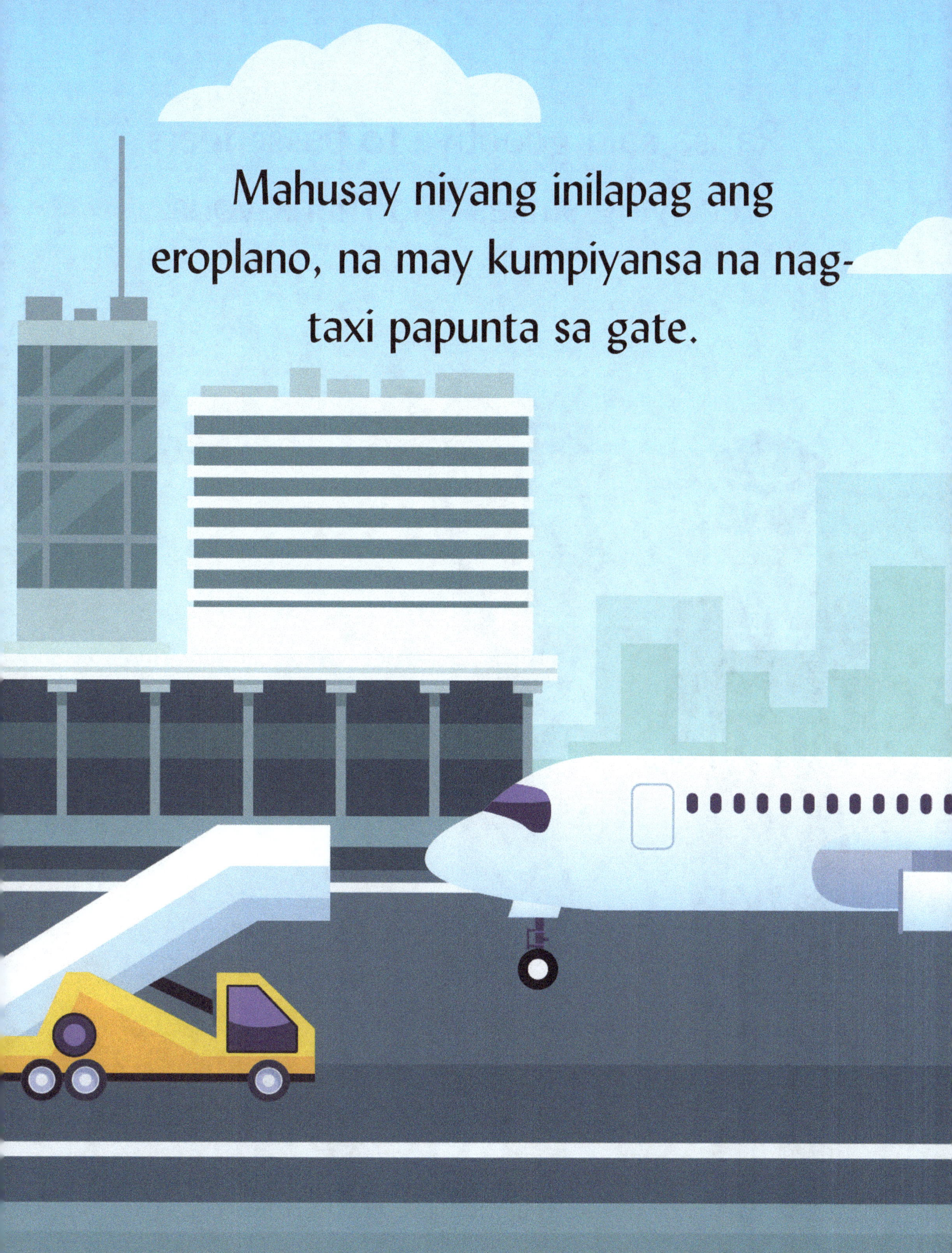

Mahusay niyang inilapag ang eroplano, na may kumpiyansa na nag-taxi papunta sa gate.

Parisa said goodbye to passengers, receiving smiles and thank-yous.

Nagpaalam si Parisa sa mga pasahero, nakatanggap ng mga ngiti at pasasalamat.

Parisa felt a deep sense of accomplishment, having overcome stereotypes.

Nadama ni Parisa ang isang malalim na pakiramdam ng tagumpay, na nagtagumpay sa mga stereotype.

Parisa gave speeches, sharing her story
and encouraging girls.

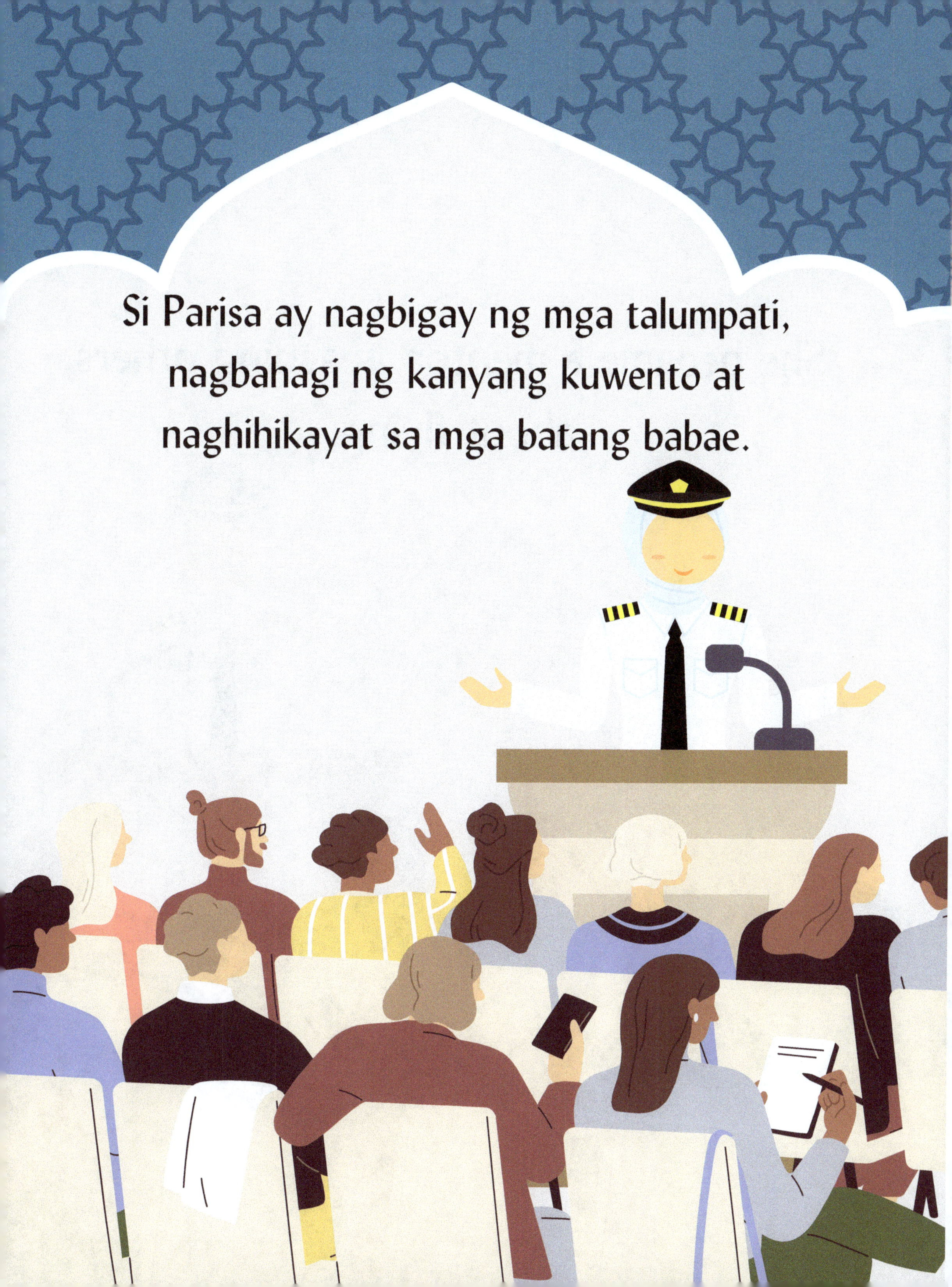

Si Parisa ay nagbigay ng mga talumpati, nagbahagi ng kanyang kuwento at naghihikayat sa mga batang babae.

She became a mentor, teaching others about flying.

Naging mentor siya, nagtuturo sa iba tungkol sa paglipad.

Parisa continued to fly, explore, and inspire everyone she met.

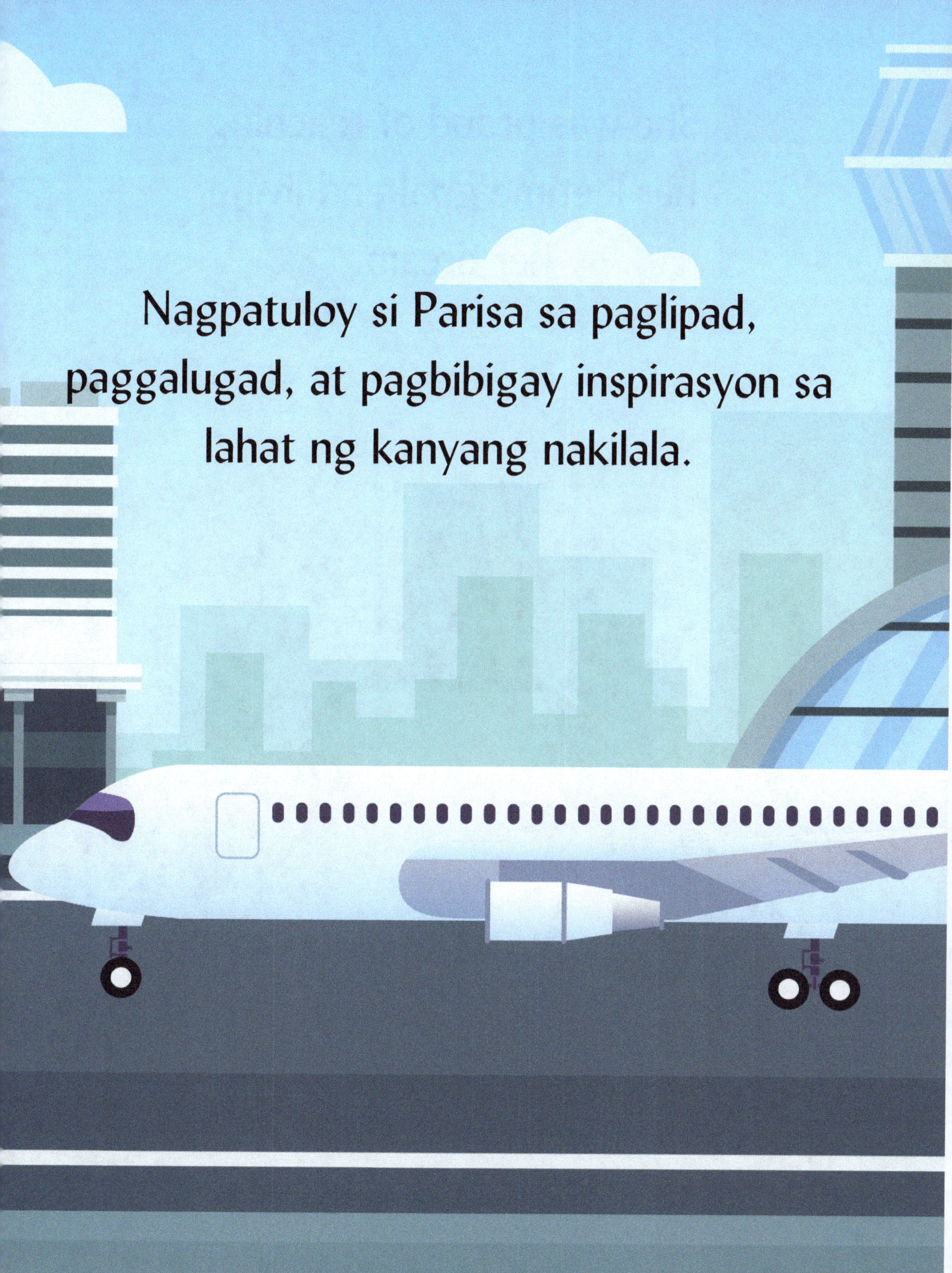

Nagpatuloy si Parisa sa paglipad, paggalugad, at pagbibigay inspirasyon sa lahat ng kanyang nakilala.

She was proud of reaching
her lifetime goal and living
her dream.

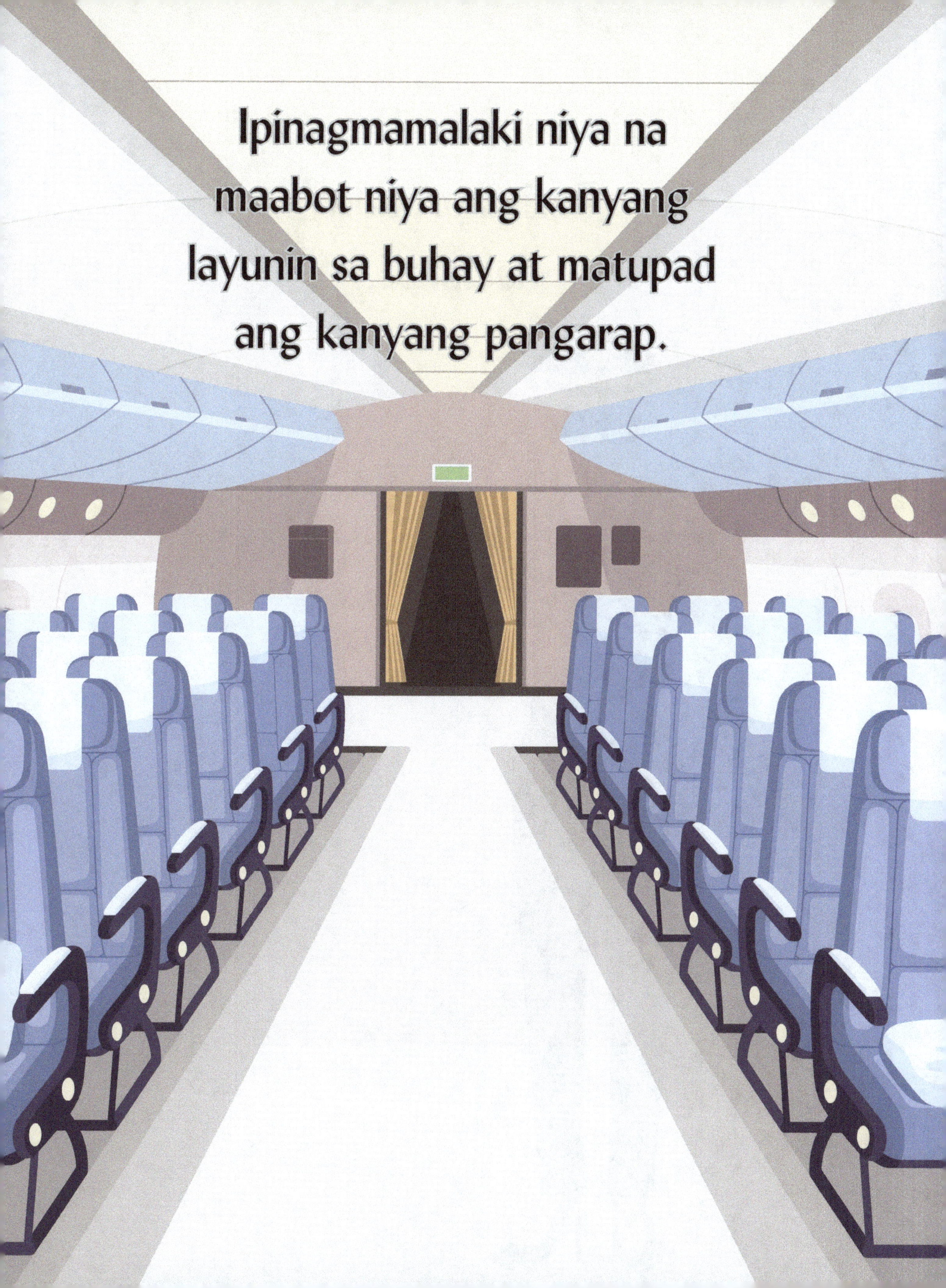
Ipinagmamalaki niya na
maabot niya ang kanyang
layunin sa buhay at matupad
ang kanyang pangarap.

"Girls can be pilots too!"
Parisa proudly
declared.

"Pwede ring maging piloto ang mga babae!" Buong pagmamalaking deklara ni Parisa.

She told others,
"Never give up, no matter what."

Sinabi niya sa iba, "Huwag sumuko, anuman ang mangyari."

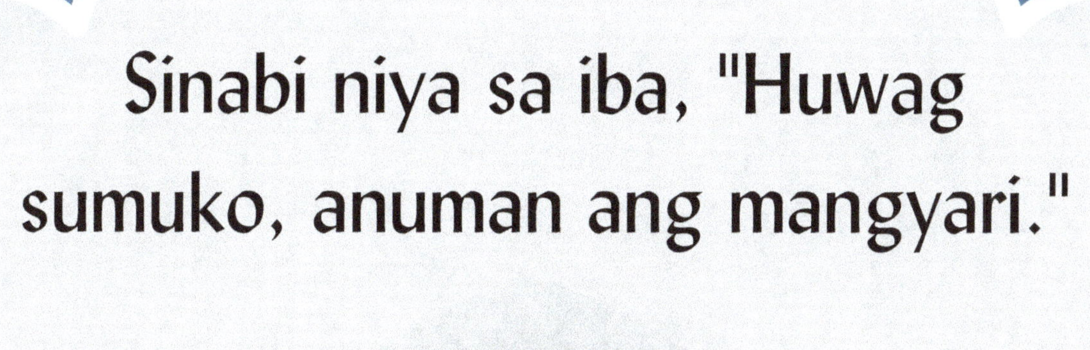

The END

Ang WAKAS

Books By Schaaf

www.BookBySchaaf.com

Find us at: